Panjabi Made Easy

Book I

ਸੌਖੀ ਪੰਜਾਬੀ

ਭਾਗ ਪਹਿਲਾ

By

Dr. J.S. Nagra M.A; M.Ed; Ph.D.

Inspector of Schools (Retd.)

Published by :
Nagra Publications
399 Ansty Road, Coventry CV2 3BQ U.K.
Telephone and Fax : 0247 6617314
E-mail : js.nagra@ntlworld.com
Website : www.nagrapublications.co.uk

ISBN 978 1 870383 36 3
ISBN 978 1 870383 37 0 (Book & CD)

1st Edition : November 1984.
Reprint : August 1986.
2nd Revised Edition : March 1988.
Reprints : August 1989, August 1991, January 1995, September 1997, May 2001, June 2002, January 2006, July 2010, September 2011, February 2015

3rd Revised and Coloured edition : 1 February 2017

This book is also available from :
1. The Sikh Missionary Society (U.K.), 10 Featherstone Road, Southall, Middx. UB2 5AA. Tel : 0208 5741902
2. D.T.F. Publishers and Distributors, 117 Soho Road, Handsworth, Birmingham B21 9ST. Tel : 0121 515 1183
3. Gurmat Parchar, 21 Brook Road, Northfleet, Gravesend, Kent DA11 8RQ. Tel : 01474 326428
4. Gardners Books Ltd., 1 Whittle Drive, Eastbourne, East Sussex BN23 6QH Tel : 01323 521555

Acknowledgements

I am very grateful to all those teachers and students who have used Panjabi Made Easy Book I over the years and have given me good suggestions to improve the quality of this book.

Mrs. Gurjap Kaur Bains and Mr. Jasvir Singh Gill deserve my special thanks for taking part in the recording for the CD.

I would like to thank Singh Brothers of Amritsar for printing the revised and coloured edition of Panjabi Made Easy Book I.

I am also grateful to my wife Satwant, sons Sundeep and Mandeep and daughters-in-law Jasdeep and Ravneet for their inspiration and encouragement throughout.

My grand children Kameron, Ria, Arjun, Taran, Amber and Eva are a big source of encouragement and happiness as I play with them when I am tired of working. It is largely due to the love and affection I receive at home that helps me to concentrate more and work harder.

1 February 2017 **J.S. Nagra**

Introduction

I am very pleased to produce the third revised, enlarged and coloured edition of Panjabi Made Easy Book 1. A very large number of copies of its previous editions have been sold since it was first published in November 1984. It has been printed a number of times since its first publication. This shows the usefulness and popularity of this book.

This book is primarily meant for beginners whose first or home language is not Panjabi and who want to learn to read, write, speak and understand Panjabi. Slightly modified Roman script is used throughout to facilitate the learning of Panjabi sounds, but not to replace the Panjabi script.

In this edition the pronunciation and meaning of the Panjabi vocabulary are given in two columns rather than under the Panjabi words. In this way learners can test their ability to read and understand the Panjabi vocabulary by covering the pronunciation and the meaning columns.

Learners are advised to use this book in conjunction with Panjabi Made Easy Workbook 1, 2 and 3 which have specially been produced to practice reading and writing skills. All activities in these workbooks are based on this book.

Learners are also advised to listen attentively to native speakers of Panjabi especially to those sounds where there are no equivalent sounds in English. To help learners to learn correct Panjabi pronunciation a CD based on this book has also been produced. The CD contains the pronunciation of all the letters of the Panjabi alphabet, Panjabi words and sentences used in this book. Gaps have been left in the CD for learners to repeat the same letter of the alphabet, Panjabi words and sentences.

This book lays the foundation for the students who would like to continue to learn Panjabi and would wish to take the GCSE examination in later years. It is a kind of self-taught book which learners and teachers of Panjabi will find useful. It is also the first book in the Panjabi Made Easy series.

1 February 2017 **J.S. Nagra**

An Important Note on Pronunciation

Panjabi has ten vowel sounds. These are written with the help of three letters :

ੳ, ਅ and ੲ. They can be divided into three groups.

(i) ੳ group (u) ਉ ਊ ਓ
(ii) ਅ group (a) ਆ ਐ ਔ
(iii) ੲ group (i) ਇ ਈ ਏ

(i) u ਉ — Like the second sound in the English word **put**.
oo ਊ — Like the second sound in the English word **boot**.
o ਓ — Like the second sound in the English word **pole.**

(ii) a ਅ — Like the first sound in the English word **about**.
aa ਆ— Like the first sound in the English word **arm**.
ae ਐ — Like the second sound in the English word **cat** but slightly longer.
au ਔ — Like the second sound in the English word **pot** but slightly longer.

(iii) i ਇ — Like the second sound in the English word **fit**.
ee ਈ — Like the second sound in the English word **deep**.
ai ਏ — Like the second sound in the English word **gate.**

Since we had to follow the principle of one sound, one symbol, and since there are more sounds in Panjabi than there are letters in the English alphabet we had to add dots to some of the English letters to show that their sound is different to their English sound. To learn these sounds learners are advised to listen to the native speakers of Panjabi or to the CD which is available with this book.

Pronunciation of Panjabi

t, ṭh, d, ḍh, ṇ, ṛ, ḷ (ਟ, ਠ, ਡ, ਢ, ਣ, ੜ, ਲ਼)

and

ṭ, ṭh, ḍ, ḍh (ਤ, ਥ, ਦ, ਧ)

Look at the following diagrams carefully and note the position of the tongue for pronunciation of the Panjabi sounds compared with that of the English sounds. If you want your spoken Panjabi to be properly understood, avoid pronouncing these sounds like the English t and d.

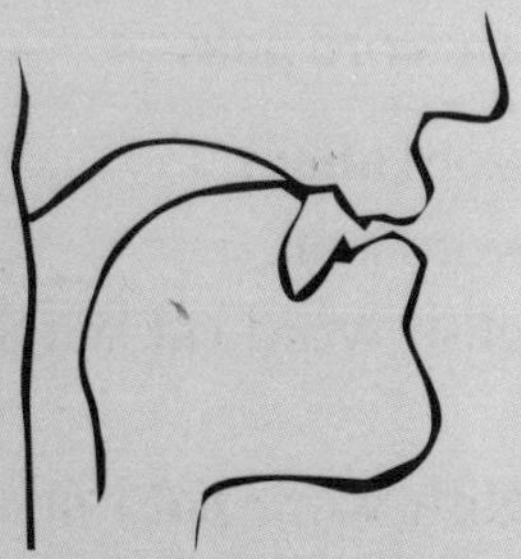

When you pronounce the English t and d, the tip and the upper side of your tongue touches the gumridge behind the upper teeth.

English t and d

It is important that when you pronounce the Panjabi t ṭh d ḍh ṇ ṛ and ḷ (ਟ, ਠ, ਡ, ਢ, ਣ, ੜ, ਲ਼) you should curl your tongue backward and the lower side of your tongue touches the hard palate.

Panjabi t ṭh d ḍh ṇ ṛ ḷ

ਟ ਠ ਡ ਢ ਣ ੜ ਲ਼

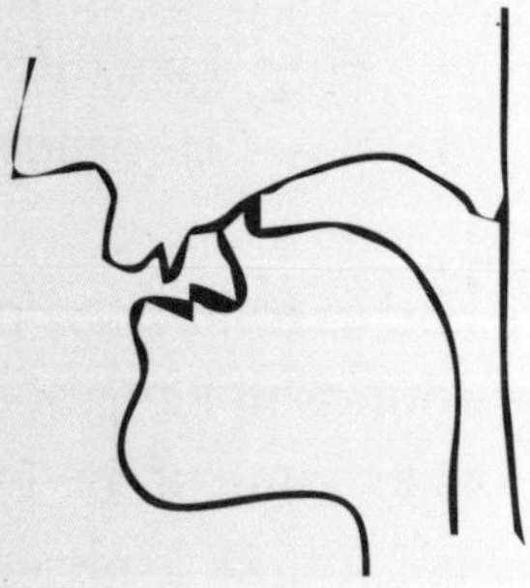

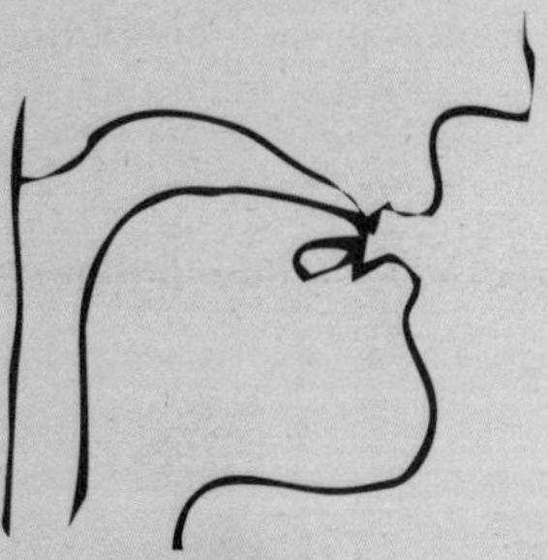

When you pronounce the Panjabi ṭ, ṭh, ḍ, ḍh (ਤ, ਥ, ਦ, ਧ) the tip of your tongue should touch your teeth.

Panjabi ṭ ṭh ḍ ḍh

ਤ ਥ ਦ ਧ

ਉ ooṛaa U

ਊਠ ooṭh **camel**

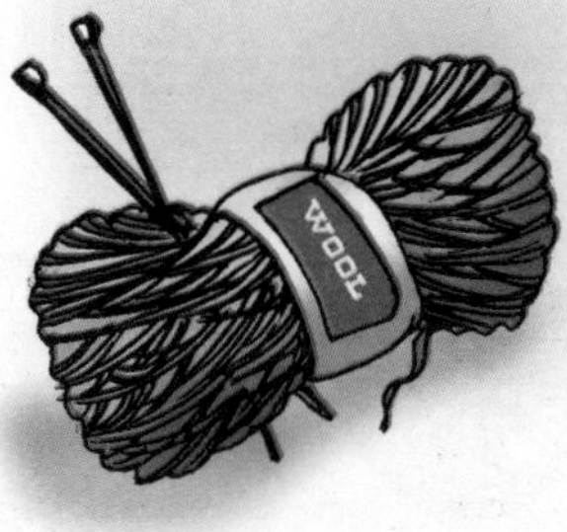

ਉੱਨ unn **wool**

ਅ aeṛaa A

ਅੱਖ akḳḥ **eye**

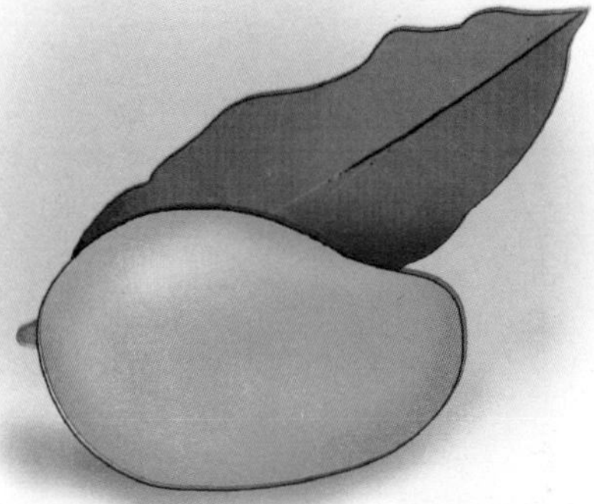

ਅੰਬ amb **mango**

ੲ eeṛee E

ਇੱਟ itt **brick**

ਇੰਜਣ injiṇ **engine**

ਸ sassaa S

ਸਾਈਕਲ saaeekal **cycle**

ਸੱਪ sapp **snake**

ਹ haahaa H

ਹਾਥੀ haaṭhee **elephant**

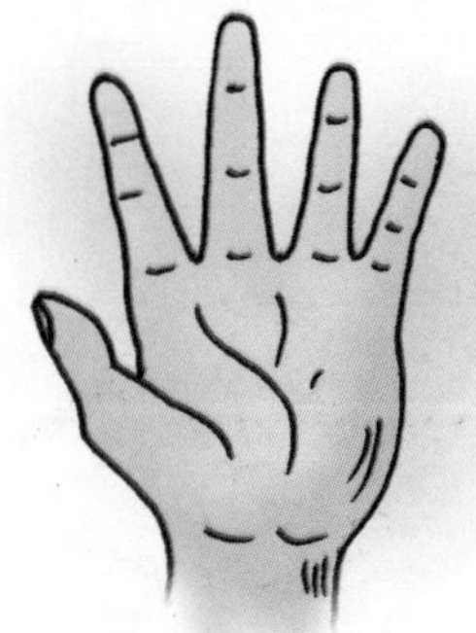

ਹੱਥ haṭh **hand**

ਕ kakkaa K

ਕੁਰਸੀ kursee **chair**

ਕੈਮਰਾ kaemraa **camera**

ਖ ḳhaḳhaa Ḳh

ਖੋਤਾ ḳhoṭaa **donkey**

ਗ gaggaa G

ਗਾਂ gaaṇ **cow**

ਗਮਲਾ gamlaa **flowerpot**

ਘ ghaggaa Gh

ਘੋੜਾ ghoṛaa **horse**

ਘੜੀ ghaṛee **watch**

ਙ ṇgangaa Ngaa

This letter is not used to begin a word

ਚ chachaa Ch

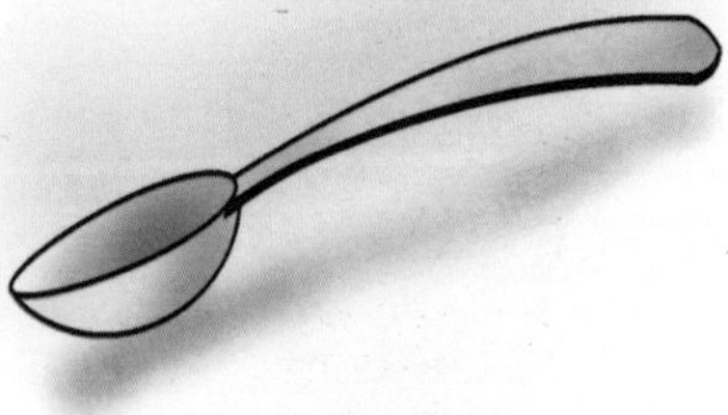

ਚਮਚਾ chamchaa **spoon**

ਚਾਕੂ chaakoo **knife**

ਛ Ċhhaċhhaa Ċhh

ਛਤਰੀ ċhhaṭṭree **umbrella**

ਛੱਤ ċhhaṭṭ **roof**

ਜ jajjaa J

ਜੱਗ jagg **jug**

ਜੁੱਤੀ juṭṭee **shoes**

ਝ jhajjaa Jh

ਝੰਡਾ jhandaa **flag**

ਝੋਲ਼ਾ jhoḷaa **bag**

ਞ ṇjanjaa Ṇjaa

This letter is not used to begin a word

ਟ taenkaa T

ਟੈਲੀਵਿਜਨ **television**

ਟੈਲੀਫ਼ੋਨ **telephone**

ਠ ṭhaṭhaa Ṭh

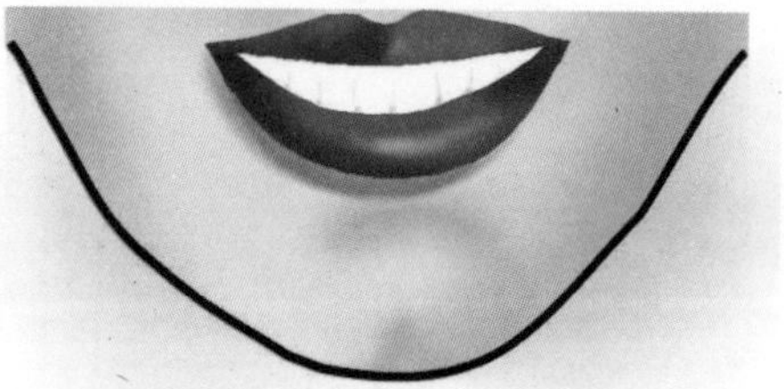

ਠੋਡੀ ṭhodee **chin**

ਡ daddaa D

ਡਾਕੀਆ daakiaa **postman**

ਡੱਡੂ daddoo **frog**

ਢ ḍhaddaa Ḍh

ਢੋਲ ḍhol **drum**

ਢੱਕਣ ḍhakkaṇ **lid**

ਣ ṇaṇaa

This letter is not used to begin a word

ਤ ṭaṭṭaa Ṭ

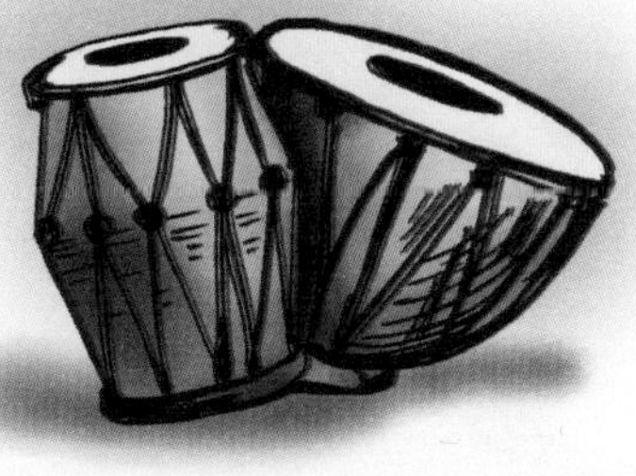

ਤਬਲਾ ṭablaa **drum**

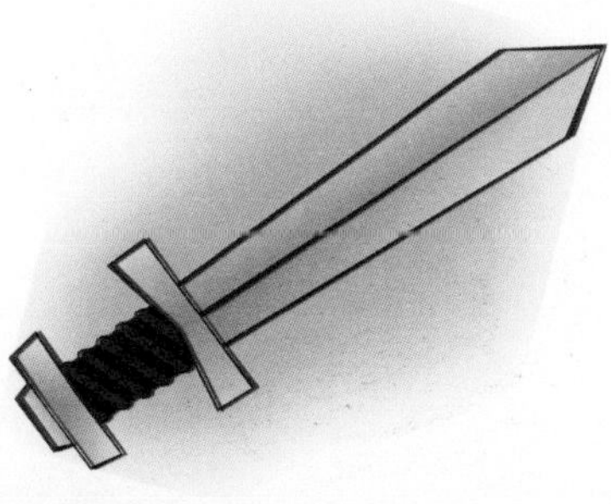

ਤਲਵਾਰ ṭalwaar **sword**

ਥ ṭhaṭhaa Ṭh

ਥਰਮੋਸ **ṭhermos**

ਥੈਲਾ ṭhaelaa **bag**

ਦ ḍaḍḍaa Ḍ

ਦਰੱਖ਼ਤ ḍarakhaṭ **tree**

ਦੋਧੀ ḍoḍhee **milkman**

ਧ ḍhaḍḍaa Ḍh

ਧਾਗਾ ḍhaagaa **thread**

ਧਮੋੜੀ ḍhmoṛee **wasp**

ਨ nannaa N

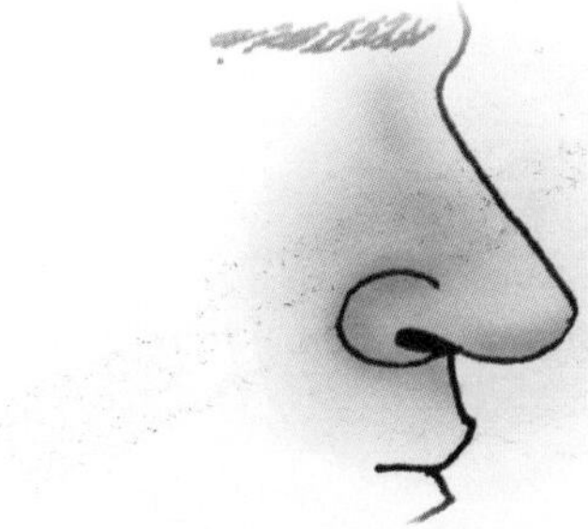

ਨੱਕ nakk **nose**

ਨਲਕਾ nalkaa **tap**

ਪ pappaa P

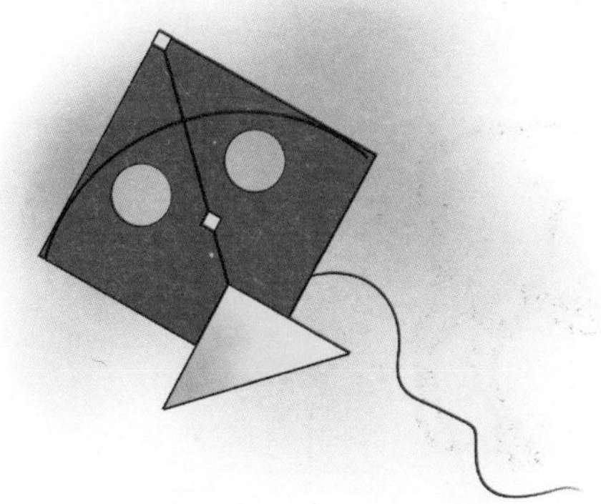

ਪਤੰਗ paṭang **kite**

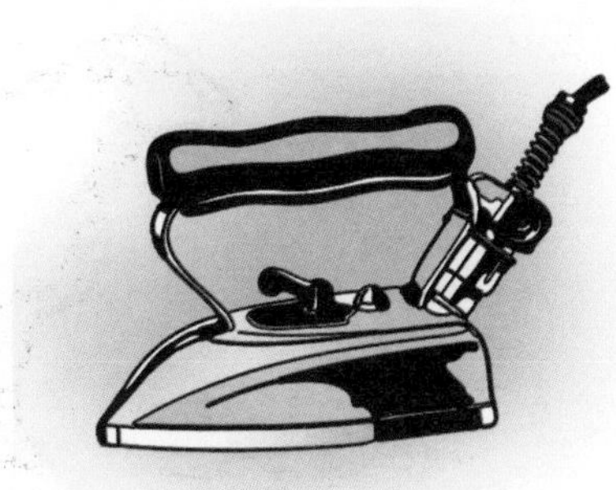

ਪ੍ਰੈਸ press **iron**

ਫ phaphaa Ph

ਫਲ phal **fruit**

ਫੁੱਲ phull **flower**

ਬ babbaa B

ਬਸ **bus**

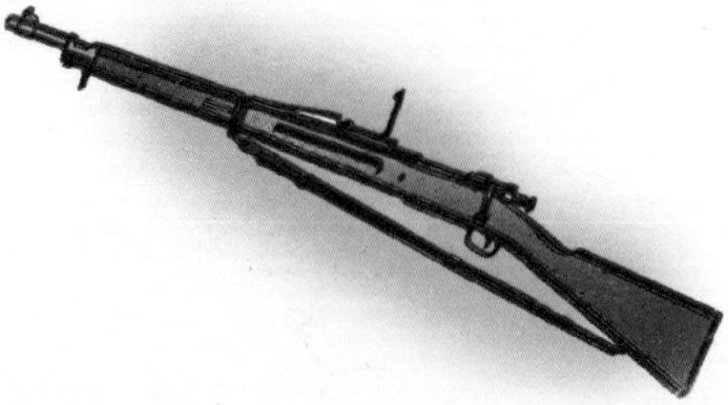

ਬੰਦੂਕ bandook **rifle**

ਭ ḅhabbaa Ḅh

ਭੇਡ ḅhaid **sheep**

ਮ mammaa M

ਮੁਰਗੀ murgee **hen**

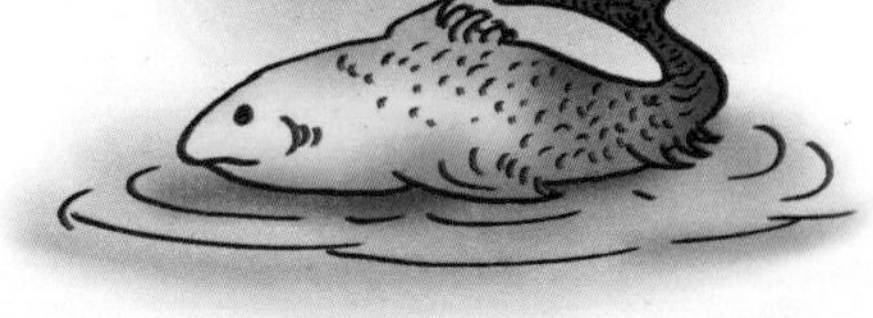

ਮੱਛੀ maçhhee **fish**

ਯ yayaa Y

ਯੱਕਾ yakkaa **ace**

ਰ raaraa R

ਰੇਡੀਓ **radio**

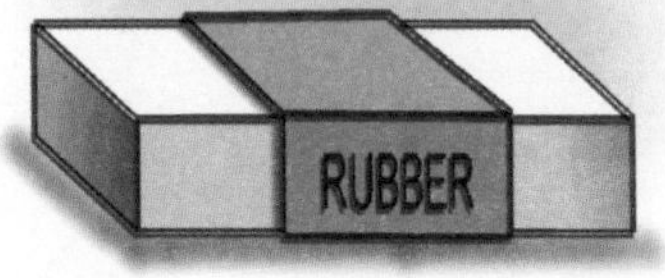

ਰਬੜ rabaṛ **rubber**

ਲ lallaa L

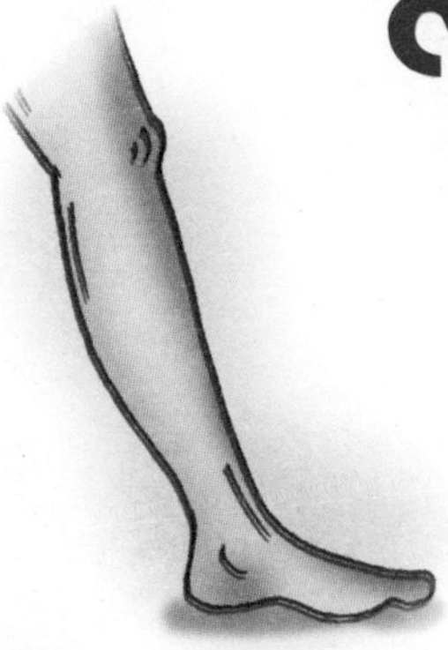

ਲੱਤ laṭṭ **leg**

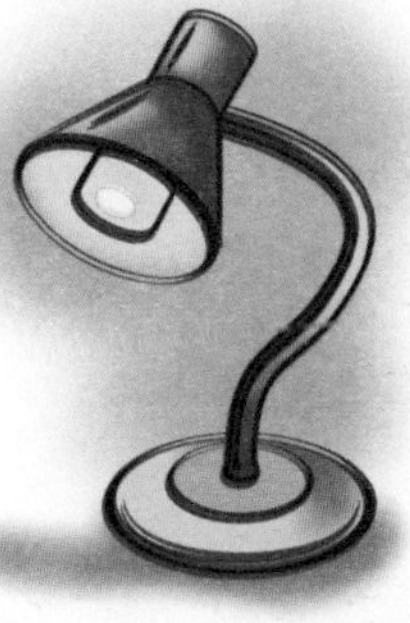

ਲੈਂਪ **lamp**

ਵ waawaa W

ਵਾਲ waaḷ **hair**

ਵਾਜਾ waajaa **musical instrument**

ੜ ṛaaṛaa R

This letter is not used to begin a word

ਸ਼ ṣhashaa Ṣh

ਸ਼ੇਰ shair **lion**

ਫ਼ਰਸ਼ farsh **floor**

ਖ਼ ḳḥaḳḥaa ḳḥ

ਖ਼ਰਗੋਸ਼ ḳḥargosh **rabbit**

ਖ਼ਤ ḳḥaṭ **letter**

ਗ਼ gaggaa G̣

ਗ਼ੁਬਾਰਾ g̣ubaaraa **balloon**

ਗ਼ਲੀਚਾ g̣leechaa **carpet**

ਜ਼ zazaa Ẓ

ਜ਼ੈਬਰਾ **zebra**

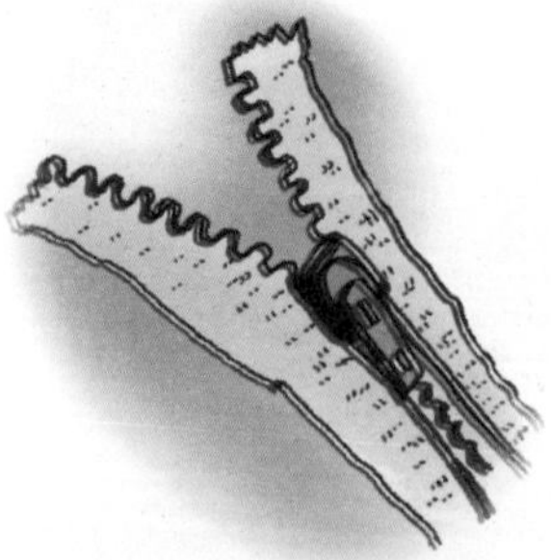

ਜ਼ਿਪ **zip**

ਫ਼ p̣haphaa F̣

ਫ਼ੁਹਾਰਾ p̣huaaraa **fountain**

ਫ਼ਰਿਜ **fridge**

ਲ਼ ḷaḷḷaa Ḷ

This letter is not used to begin a word

ਪੰਜਾਬੀ ਪੈਂਤੀ Panjabi Alphabet

We call Panjabi alphabet Painti. Painti means thirty-five. There were originally thirty five letters in the Panjabi Painti. The thirty-five letters of the Panjabi Painti are :

ੳ ooṛaa u	ਅ aeṛaa a	ੲ eeṛee e	ਸ sassaa s	ਹ haahaa h
ਕ kakkaa k	ਖ ḳhaḳhaa ḳh	ਗ gaggaa g	ਘ g̣haggaa g̣h	ਙ ṇgangaa nga
ਚ chachaa ch	ਛ c̣hhac̣hhaa c̣hh	ਜ jajjaa j	ਝ j̣hajjaa j̣h	ਞ ṇjanjaa nja
ਟ taenkaa t	ਠ ṭhaṭhaa ṭh	ਡ daddaa d	ਢ ḍhaddaa ḍh	ਣ ṇaṇaa ṇ
ਤ ṭaṭṭaa ṭ	ਥ ṭhaṭhaa ṭh	ਦ ḍaḍḍaa ḍ	ਧ ḍhaḍḍaa ḍh	ਨ nannaa n
ਪ pappaa p	ਫ p̣haphaa p̣h	ਬ babbaa b	ਭ ḅhabbaa ḅh	ਮ mammaa m
ਯ yayaa y	ਰ raaraa r	ਲ lallaa l	ਵ waawaa v	ੜ ṛaaṛaa ṛ

Later on six extra letters were added to produce the additional sounds by putting a dot under or side of the letter.

ਸ਼ ṣhashaa ṣh	ਖ਼ ḳḥaḳḥaa ḳḥ	ਗ਼ g̣aggaa g̣	ਜ਼ zazaa ẓ	ਫ਼ p̣haphaa f̣	ਲ਼ ḷaḷla ḷ

ਪੰਜਾਬੀ ਪੈਂਤੀ

ੳ	ਅ	ੲ	ਸ	ਹ
ਕ	ਖ	ਗ	ਘ	ਙ
ਚ	ਛ	ਜ	ਝ	ਞ
ਟ	ਠ	ਡ	ਢ	ਣ
ਤ	ਥ	ਦ	ਧ	ਨ
ਪ	ਫ	ਬ	ਭ	ਮ
ਯ	ਰ	ਲ	ਵ	ੜ
ਸ਼	ਖ਼	ਗ਼	ਜ਼	ਫ਼

At this stage you do not need to pay any attention to ਙ, ਞ, ਖ਼ and ਗ਼. Most Punjabis do not use them in their speech. However, you should be familiar with these letters in order to read those who do use them.

Read the following letters of the Panjabi alphabet

ਅ	ਛ	ਵ	ਣ	ਟ
ਢ	ਠ	ੲ	ੳ	ਘ
ਜ	ਲ	ਤ	ਗ	ਯ
ਰ	ਹ	ਮ	ਚ	ਸ
ਖ	ਕ	ਧ	ਙ	ਨ
ਝ	ਬ	ਦ	ਪ	ਞ
ਥ	ੜ	ਫ	ਡ	ਭ
ਲ਼	ਸ਼	ਗ਼	ਫ਼	ਖ਼
		ਜ਼		

Mukta (a) ਮੁਕਤਾ Mukta has no symbol

Panjabi Words	Pronunciation	Meaning in English
ਬਸ	Bus	Bus
ਘਰ	Ghar	Home
ਸਭ	Sabh	All
ਹਨ	Han	Are
ਸਨ	San	Were
ਕਰ	Kar	To do
ਦਸ	Das	Ten
ਜਲ	Jal	Water
ਫੜ	Faṛ	Catch
ਤਰ	Ṭar	Swim/Cucumber
ਫਲ	Fal	Fruit
ਡਰ	Dar	Fear
ਮਤ	Maṭ	Do not
ਕਮਲ	Kamal	Name of a boy/girl
ਤਰਨ	Ṭaran	Name of a boy
ਅਮਰ	Amar	Name of a boy/girl
ਰਮਨ	Raman	Name of a boy/girl
ਚਰਨ	Charan	Name of a boy/girl
ਸ਼ਰਨ	Sharan	Name of a girl
ਜਨਮ	Janam	Birth

Panjabi Words	Pronunciation	Meaning in English
ਗਰਮ	Garam	Hot
ਸ਼ਰਮ	Sharam	Shame
ਸੜਕ	Saṛak	Road
ਪਰਸ	Pars	Purse
ਮਟਰ	Matar	Peas
ਗ਼ਲਤ	Galaṭ	Wrong
ਨਰਮ	Narm	Soft
ਫ਼ਰਸ਼	Farsh	Floor
ਦਰਦ	Ḍarḍ	Pain
ਕਣਕ	Kaṇak	Wheat
ਕਸਰਤ	Kasraṭ	Exercise
ਅਰਜਨ	Arjan	Name of a boy
ਅਫ਼ਸਰ	Afsar	Officer
ਪਰਬਤ	Parbaṭ	Mountain
ਬਚਪਨ	Bachpan	Childhood
ਸਰਕਸ	Circus	Circus
ਬਰਤਨ	Barṭan	Dishes
ਗਰਦਨ	Garḍan	Neck
ਦਸਖ਼ਤ	Ḍaskḥaṭ	Signature
ਸ਼ਰਬਤ	Sharbaṭ	Sweetened Water

ਬਸ ਫੜ ।   ਕਸਰਤ ਕਰ ।   ਗਰਮ ਕਰ ।   ਦਸਖ਼ਤ ਕਰ ।

ਡਰ ਮਤ ।   ਜਲ ਭਰ ।   ਸ਼ਰਮ ਕਰ ।   ਸਭ ਘਰ ਹਨ ।

ਕਰਮ ਬਸ ਫੜ ।   ਕਮਲ ਕਸਰਤ ਕਰ ।   ਸ਼ਰਨ ਜਲ ਗਰਮ ਕਰ ।

ਰਮਨ ਦਸਖ਼ਤ ਕਰ ।   ਅਰਜਨ ਡਰ ਮਤ ।   ਅਰਨ ਜਲ ਭਰ ।

ਅਮਰ ਸ਼ਰਮ ਕਰ ।   ਅਮਨ ਪਰਸ ਫੜ ।   ਫਲ ਨਰਮ ਹਨ ।

ਸ਼ਰਨ ਕਸਰਤ ਕਰ ।

Adhik ਅੱਧਕ (ੱ)

Adhik (ੱ) is a symbol which is used to stress the sound of the following letter and is written on top of the letter as in ਨੱਕ.

Panjabi Words	Pronunciation	Meaning in English
ਅੱਖ	Akḳh	Eye
ਅੱਜ	Ajj	Today
ਅੱਠ	Aṭṭh	Eight
ਅੱਧ	Addḥ	Half
ਸੱਤ	Saṭṭ	Seven
ਸੱਪ	Sapp	Snake
ਹੱਥ	Haṭh	Hand
ਹੱਸ	Hass	Laugh
ਕੱਪ	Cup	Cup
ਕੱਟ	Cutt	Cut
ਕੱਚ	Kach	Glass
ਖੱਲ	Ḳhall	Skin
ਗੱਲ	Gall	Talk
ਘੱਟ	Ġhatt	Less
ਚੱਲ	Chall	Go
ਛੱਤ	Ċhhaṭṭ	Roof/Ceiling
ਜੱਗ	Jagg	Jug

Panjabi Words	Pronunciation	Meaning in English
ਜੱਜ	Jajj	Judge
ਝੱਟ	J̣hatt	Soon
ਝੱਗ	J̣hagg	Foam/Lather
ਟੱਬ	Tubb	Tub
ਠੱਗ	Ṭhagg	Cheater
ਦੱਸ	Ḍass	Tell
ਨੱਕ	Nakk	Nose
ਨੱਚ	Nacch	Dance
ਪੱਗ	Pagg	Turban
ਬੱਸ	Bass	Stop
ਮੱਝ	Majjh	Buffalo
ਰੱਬ	Rabb	God
ਲੱਕ	Lacck	Waist
ਲੱਖ	Lakkh	Hundred Thousand
ਲੱਤ	Laṭṭ	Leg
ਵੱਲ	Wall	Towards
ਰੱਖ	Rakkh	Put
ਤੱਕ	Ṭakk	Upto
ਮੱਤ	Maṭṭ	Donot
ਚੱਪਲ	Chappal	Slippers
ਚੱਕਰ	Chakkar	Circle

Panjabi Words	Pronunciation	Meaning in English
ਢੱਕਣ	Ḍhakkaṇ	Lid
ਥੱਪੜ	Ṭhappaṛ	Spank
ਪੱਥਰ	Paṭṭhar	Stone
ਬੱਦਲ	Baḍḍal	Cloud
ਮੱਖਣ	Makḳhaṇ	Butter

ਘਰ ਚੱਲ ।

ਕੱਪ ਫੜ ।

ਫਲ ਕੱਟ ।

ਰਮਨ ਗੱਲ ਕਰ ।

ਕਮਲ ਫਲ ਕੱਟ ।

ਕਰਨ ਸੱਪ ਮੱਤ ਫੜ ।

ਗੱਲ ਕਰ ।

ਕੱਪ ਰੱਖ ।

ਹੱਥ ਗਰਮ ਕਰ ।

ਕਰਮ ਹੱਥ ਫੜ ।

ਚਰਨ ਬੱਸ ਕਰ ।

ਅਰਜਨ ਬੱਦਲ ਵੱਲ ਤੱਕ ।

ਹੱਥ ਫੜ ।

ਜੱਗ ਭਰ ।

ਸ਼ਰਨ ਘਰ ਚੱਲ ।

ਅਮਰ ਕੱਪ ਫੜ ।

ਅਰਜਨ ਘਰ ਵੱਲ ਚੱਲ ।

ਪਵਨ ਖ਼ਰਚ ਘੱਟ ਕਰ ।

ਅਰਜਨ ਬੱਦਲ ਵੱਲ ਤੱਕ ।

Kanna (aa) ਕੰਨਾ (ਾ)

Kanna (ਾ) makes the sound longer as in arm, charm, farm. It is put after the letter as in ਕਾਰ.

Panjabi Words	Pronunciation	Meaning in English
ਕਾਰ	C aar	Car
ਹਾਰ	Haar	Necklace
ਜਾਲ	Jaal	Net
ਰਾਗ	Raag	Song
ਚਾਹ	Chaah	Tea
ਰਾਤ	Raaṭ	Night
ਘਾਹ	Ghaah	Grass
ਚਾਰ	Chaar	Four
ਸਾਫ਼	Saaf	Clean
ਸ਼ਾਮ	Shaam	Name of a boy
ਨਾਲ	Naal	With
ਹਵਾ	Hwaa	Air
ਹਰਾ	Hraa	Green
ਵਜਾ	Wjaa	To play
ਚਲਾ	Chlaa	To drive
ਪਤਾ	Pṭaa	Address
ਦਾਦਾ	Ḍaaḍaa	Grandfather

Panjabi Words	Pronunciation	Meaning in English
ਵਾਜਾ	Waajaa	Harmonium
ਧਾਗਾ	Ḍhaagaa	Thread
ਬਾਬਾ	Baabaa	Grandfather
ਆਰਾ	Aaraa	Saw
ਨਾਨਾ	Naanaa	Mother's father
ਮਾਮਾ	Maamaa	Mother's brother
ਪਾਲ਼ਾ	Paaḷaa	Cold
ਭਾਰਾ	Bhaaraa	Heavy
ਖਾਣਾ	Ḳhaaṇaa	Food
ਕਾਕਾ	Kaakaa	Child/boy
ਚਾਚਾ	Chaachaa	Uncle
ਕਾਲ਼ਾ	Kaaḷaa	Black
ਤਾਰਾ	Ṭaaraa	Star
ਬਾਲਕ	Baalak	Child
ਗਾਜਰ	Gaajar	Carrot
ਪਾਰਕ	Paark	Park
ਚਮਚਾ	Chamchaa	Spoon
ਅਨਾਰ	Anaar	Pomegranate
ਅਚਾਰ	Achaar	Pickle
ਅਰਾਮ	Araam	Rest
ਮਕਾਨ	Makaan	House

ਕਾਕਾ ਆ। ਖਾਣਾ ਖਾ। ਅਰਾਮ ਕਰ। ਚਾਚਾ ਆ।

ਫਲ ਖਾ। ਰਾਗ ਗਾ। ਕਾਰ ਚਲਾ। ਧਾਗਾ ਕੱਟ।

ਵਾਜਾ ਵਜਾ। ਘਾਹ ਕੱਟ। ਹਾਰ ਪਾ। ਹੱਥ ਸਾਫ਼ ਕਰ।

ਸ਼ਾਮ ਘਰ ਆ। ਮਕਾਨ ਸਾਫ਼ ਕਰ। ਗਾਜਰ ਨਾ ਖਾ।

ਮਾਮਾ ਅੱਜ ਨਾ ਜਾ। ਅਰਜਨ ਕਾਰ ਨਾ ਚਲਾ। ਪਾਰਕ ਵੱਲ ਜਾ।

ਕਰਨ ਦਾ ਪਤਾ ਕਰ। ਕਾਕਾ ਅਚਾਰ ਨਾ ਖਾ। ਅਨਾਰ ਖਾ।

ਸ਼ਾਮ ਨਾਲ ਘਰ ਜਾ।

ਸਾਬਣ ਨਾਲ ਹੱਥ ਸਾਫ਼ ਕਰ।

Sihari (i) ਸਿਹਾਰੀ (ਿ)

Sihari (ਿ) is a short sound as in will, kill. It is put before the letter as in ਸਿਰ.

Panjabi Words	Pronunciation	Meaning in English
ਸਿਰ	Sir	Head
ਲਿੱਖ	Likḥ	Write
ਗਿਣ	Giṇ	Count
ਦਿਨ	Ḍin	Day
ਦਿਲ	Ḍil	Heart
ਮਿਣ	Miṇ	Measure
ਇੱਕ	Ikk	One
ਹਿੱਲ	Hill	Move
ਸਿੱਖ	Sikḥ	Learn/Sikh
ਰਿੱਛ	Riçhh	Bear
ਵਿੱਚ	Wich	In
ਲਿਆ	Liaa	Bring
ਪਿਤਾ	Piṭaa	Father
ਕਿਰਨ	Kiran	Name of a girl
ਹਿਰਨ	Hiran	Deer
ਧਿਆਨ	Ḍhian	Care
ਕਿਸ ਦਾ	Kis ḍaa	Whose
ਕਿਤਾਬ	Kiṭaab	Book

Panjabi Words	Pronunciation	Meaning in English
ਨਿਰਮਲ	Nirmal	Name of a boy/girl
ਕਿਰਪਾਲ	Kirpal	Name of a boy/girl
ਸ਼ਹਿਰ	Shehr	City
ਗਿਆ	Giaa	Went
ਲਿਖਣਾ	Liḳhṇaa	To Write

ਹਿਰਨ ਫੜ ।

ਲਿਖਣਾ ਸਿੱਖ ।

ਕਿਰਪਾਲ ਖਾਣਾ ਖਾ ।

ਧਿਆਨ ਨਾਲ ਕਾਰ ਚਲਾ ।

ਰਿੱਛ ਨਾ ਫੜ ।

ਹਿੱਲ ਨਾ ।

ਕਿਰਨ ਤਬਲਾ ਸਿੱਖ ।

ਨਹਿਰ ਵੱਲ ਨਾ ਜਾ ।

ਅਮਰ ਸ਼ਹਿਰ ਗਿਆ ।

ਕਿਤਾਬ ਲਿਆ ।

ਦਸ ਤੱਕ ਗਿਣ ।

ਬਸ ਵਿੱਚ ਘਰ ਜਾ ।

ਦਿਲ ਵਿੱਚ ਨਾ ਰੱਖ ।

ਨਿਰਮਲ ਧਿਆਨ ਨਾਲ ਕਾਰ ਚਲਾ ।

Bihari (ee) ਬਿਹਾਰੀ (ੀ)

Bihari (ੀ) is a long sound as in week, seen. It is put after the letter as in ਪੀ.

Panjabi Words	Pronunciation	Meaning in English
ਪੀ	Pee	Drink
ਵੀ	Wee	Also
ਸੀ	See	Was/Were
ਗੀਤ	Geeṭ	Song
ਗੀਤਾ	Geeṭa	Name of a girl
ਸ਼ੀਲਾ	Sheelaa	Name of a girl
ਹੀਟਰ	Heeter	Heater
ਆਈ	Aaee	Came
ਗਈ	Gaee	Went
ਘੜੀ	Ghaṛee	Watch
ਹਰੀ	Haree	Green
ਹਾਥੀ	Haaṭhee	Elephant
ਪਾਣੀ	Paaṇee	Water
ਦਾਦੀ	Ḍaaḍee	Grandmother
ਨਾਨੀ	Naanee	Mother's mother
ਕਾਲ਼ੀ	Kaaḷee	Black
ਮਾਸੀ	Maasee	Mother's sister
ਤਾਈ	Ṭaaee	Father's elder brother's wife

Panjabi Words	Pronunciation	Meaning in English
ਕਾਫ਼ੀ	Caafee	Enough
ਚਾਚੀ	Chaachee	Father's younger brother's wife
ਸਰਦੀ	Sarḍee	Cold
ਸਬਜ਼ੀ	Sabjee	Vegetable
ਛਤਰੀ	Chhaṭree	Umbrella
ਸੀਟੀ	Seetee	Whistle

ਦਾਦੀ ਆਈ। ਨਾਨੀ ਵੀ ਆਈ। ਮਾਸੀ ਕਾਰ ਵਿੱਚ ਆਈ। ਗੀਤਾ ਦੀ ਤਾਈ ਗੱਡੀ ਵਿੱਚ ਆਈ। ਚਾਚੀ ਜਹਾਜ਼ ਵਿੱਚ ਆਈ। ਰੀਆ ਪਾਣੀ ਪੀ।

ਖੀਰ ਖਾ। ਹਰੀ ਸਬਜ਼ੀ ਖਾ। ਸ਼ੀਲਾ ਗੀਤ ਗਾ। ਸੀਟੀ ਨਾ ਵਜਾ। ਆਪਣੀ ਚਾਚੀ ਨਾਲ ਘਰ ਜਾ। ਛਤਰੀ ਨਾਲ ਰੱਖ। ਸਰਦੀ ਵਿੱਚ ਬਾਹਰ ਨਾ ਜਾ।

ਸ਼ੀਲਾ ਗਰਮ ਚਾਹ ਪੀ।

Aunkaṛ (u) ਔਂਕੜ (ੁ)

Aunkaṛ (ੁ) is a short sound as in full, pull. It is put under the letter as in ਫੁੱਲ.

Panjabi Words	Pronunciation	Meaning in English
ਫੁੱਲ	Phull	Flower
ਖ਼ੁਸ਼	Ḳhush	Happy
ਬੁਣ	Buṇ	Knit
ਸੁਣ	Suṇ	Listen
ਮੁੜ	Muṛ	Turn/Come back
ਪੁੱਲ	Pull	Bridge
ਰੁੱਸ	Russ	To get angry
ਤੁਰ	Ṭur	Walk
ਉਹ	Oh	He, she, that
ਸੁੱਖ	Sukḳh	Comfort
ਕੁਰਸੀ	Kursee	Chair
ਕੁਲ਼ਫੀ	Kulfee	Ice-cream
ਮੁਰਗੀ	Murgee	Hen
ਤੁਹਾਡਾ	Ṭuhaadaa	Yours
ਉਡਦਾ	Ud-ḍaa	Flies
ਗੁਲਾਬ	Gulaab	Rose
ਜ਼ੁਕਾਮ	Zukaam	Cold
ਜੁਰਾਬ	Juraab	Socks
ਮੁਸ਼ਕਲ	Mushkal	Difficult

ਰਾਮ ਗੱਲ ਸੁਣ ।

ਖ਼ੁਸ਼ ਰਹਿ ।

ਜੁਰਾਬ ਬੁਣ ।

ਘਰ ਸਭ ਖ਼ੁਸ਼ ਹਨ ।

ਸੁਮਨ ਮੁਰਗੀ ਨਾ ਫੜ ।

ਮੁੜ ਆ ।

ਦੁੱਧ ਪੀ ।

ਘਰ ਵੱਲ ਤੁਰ ਚੱਲ ।

ਸੁਖਬੀਰ ਗੱਲ ਸੁਣ ।

ਫੁੱਲ ਜੱਗ ਵਿੱਚ ਰੱਖ ।

ਕਾਕਾ ਰੁੱਸ ਨਾ ।

ਕੁਲਫ਼ੀ ਨਾ ਖਾ ।

ਪੁੱਲ ਵੱਲ ਨਾ ਜਾ ।

ਇੱਕ ਗੁਲਾਬ ਦਾ ਫੁੱਲ ਲਿਆ ।

ਕੁਰਸੀ ਲਿਆ ।

ਇੱਕ ਗੁਲਾਬ ਦਾ ਫੁੱਲ ਲਿਆ ।

Dulaenkaṛ (oo) ਦੁਲੈਂਕੜ (ੂ)

Dulaenkaṛ (ੂ) is a long sound as in moon, soon, food. It is also put under the letter as in ਬੂਟ.

Panjabi Words	Pronunciation	Meaning in English
ਬੂਟ	Boot	Boot/Shoes
ਬੂਟਾ	Boota	Plant
ਆਲੂ	Aaloo	Potato
ਝੂਠ	Jhooṭh	Lie
ਚਾਕੂ	Chaakoo	Knife
ਝਾੜੂ	Jhaaṛoo	Broom
ਧੂੜ	Ḍhooṛ	Dust
ਲੂਣ	Looṇ	Salt
ਗਊ	Gaoo	Cow
ਮੂਲੀ	Moolee	Radish
ਸੂਈ	Sooee	Needle
ਹੂਵਰ	Hoover	Hoover
ਲੂਟਨ	Looton	Luton name of a city
ਸੂਰਜ	Sooraj	Sun
ਕਬੂਤਰ	Kabooṭer	Pigeon
ਮੂੰਹ	Moonh	Mouth
ਸਕੂਲ	School	School
ਸੂਟ	Soot	Suit

Panjabi Words	Pronunciation	Meaning in English
ਜੂਸ	Jooce	Juice
ਚੂਪ	Choop	Suck
ਪੂਛ	Pooṣh	Tail

ਸਕੂਲ ਜਾ ।
ਬੂਟਾ ਲਾ ।
ਸੂਰਜ ਛੁਪ ਗਿਆ ।
ਦਾਲ ਵਿੱਚ ਲੂਣ ਪਾ ।
ਸੂਈ ਵਿੱਚ ਧਾਗਾ ਪਾ ।
ਗਰਮ ਸੂਟ ਪਾ ।

ਹੂਵਰ ਕਰ ।
ਚਾਕੂ ਲਿਆ ।
ਕਬੂਤਰ ਨਾ ਫੜ ।
ਬੂਟ ਪਾਲਿਸ਼ ਕਰ ।
ਸੂਈ ਨਾਲ ਕਮੀਜ਼ ਸੀ ।
ਬਹੁਤਾ ਜੂਸ ਨਾ ਪੀ ।

ਮੂਲੀ ਨਾ ਖਾ ।
ਚਾਕੂ ਨਾਲ ਆਲੂ ਕੱਟ ।
ਗਊ ਦੀ ਪੂਛ ਨਾ ਫੜ ।
ਬੂਟ ਪਾ ।
ਦਰੀ ਦੀ ਧੂੜ ਝਾੜ ।

ਸਕੂਲ ਜਾ ।

Laavaaṇ (ai) ਲਾਵਾਂ (ੈ)

Laavaaṇ (ੈ) gives the sound of 'ai' as in pain, gain, rain. It is put on top of the letter as in ਸੇਬ.

Panjabi Words	Pronunciation	Meaning in English
ਸੇਬ	Saib	Apple
ਰੇਲ	Rail	Rail
ਤੇਲ	Ṭail	Oil
ਛੇੜ	Çhhaiṛ	Touch
ਸ਼ੇਰ	Shair	Lion
ਭੇਡ	Ḅhaid	Sheep
ਖੇਡ	Ḳhaid	Game
ਮੇਲਾ	Mailaa	Fair
ਬੇਟਾ	Baitaa	Son
ਬੇੜੀ	Baiṛee	Boat
ਵੇਖਣਾ	Waiḳhṇaa	To look
ਵੇਚਣਾ	Waichṇaa	To sell
ਹਰੇ	Harai	Green
ਅਤੇ	Aṭai	And
ਨੀਲੇ	Neelai	Blue
ਤਾਰੇ	Ṭaarai	Stars
ਸਾਰੇ	Saarai	All
ਸਾਡੇ	Saadai	Our

Panjabi Words	Pronunciation	Meaning in English
ਭਾਰੇ	Ḅhaarai	Heavy
ਟਰੇਨ	Train	Train
ਤੁਹਾਡੇ	Ṭuhaaḍai	Your
ਕਪੜੇ	Kapṛai	Clothes
ਨਿਆਣੇ	Niaṇai	Children
ਬਲੇਡ	Blaid	Blade
ਕਮਲੇਸ਼	Kamlaish	Name of a boy/girl
ਰਾਮੇਸ਼	Raamaish	Name of a boy

ਅੱਜ ਸਾਡੇ ਘਰ ਆਣਾ। ਰਾਤ ਦਾ ਖਾਣਾ ਸਾਡੇ ਨਾਲ ਖਾਣਾ। ਫੇਰ ਲੂਟਨ ਟਰੇਨ ਵਿੱਚ ਜਾਣਾ। ਸੇਬ ਖਾ। ਸਾਰੇ ਕੇਲੇ ਨਾ ਖਾਣਾ। ਰਾਮੇਸ਼ ਅਤੇ ਕਮਲੇਸ਼ ਦੇ ਨਾਲ ਮੇਲਾ ਦੇਖਣ ਜਾਣਾ। ਤੇਲ ਨਾਲ ਮਾਲਿਸ਼ ਕਰ। ਬਲੇਡ ਨਾ ਛੇੜ। ਮੇਲੇ ਜਾ। ਸ਼ੇਰ ਵੱਲ ਵੇਖ। ਤਾਰੇ ਗਿਣ। ਅੱਜ ਨੀਲੇ ਕਪੜੇ ਪਾ ਕੇ ਸਕੂਲ ਜਾ। ਮਨਦੀਪ ਟਰੇਨ ਵਿੱਚ ਆਇਆ। ਮੇਜਰ ਸਾਈਕਲ 'ਤੇ ਆਇਆ।

ਸੇਬ ਖਾ।

Dulaavaṇ (ae) ਦੁਲਾਵਾਂ (ੈ)

Dulaavaṇ (ੈ) gives the sound of 'ae' as in camera, bag. It is also put on top of the letter as in ਬੈਗ.

Panjabi Words	Pronunciation	Meaning in English
ਬੈਗ	Baeg	Bag
ਪੈਰ	Paer	Foot
ਸੈਰ	Saer	Walk
ਭੈਣ	Bhaeṇ	Sister
ਬੈਠ	Baeṭh	To sit
ਹੈ	Hae	is
ਮੈਲ਼ਾ	Maeḷaa	Dirty
ਪੈਦਲ	Paeḍal	On foot
ਕੈਮਰਾ	Kaemraa	Camera
ਸੈਨਕ	Saenak	Soldier
ਐਨਕ	Aenak	Spectacles
ਮੈਦਾਨ	Maeḍaan	Ground
ਐਤਵਾਰ	Aeṭwaar	Sunday
ਪੈਨਸਿਲ	Paencil	Pencils
ਟੈਲੀਵਿਯਨ	Taelevision	Television

ਸੈਰ ਕਰ। ਪੈਦਲ ਚੱਲ। ਆਪਣੇ ਪੈਰ ਸਾਫ਼ ਕਰ। ਬੈਠ ਜਾ। ਪੈਨਸਿਲ ਨਾਲ ਲਿਖ। ਬੱਚੇ ਮੈਦਾਨ ਵਿੱਚ ਖੇਡਦੇ ਹਨ। ਕੈਮਰਾ ਠੀਕ ਕਰ। ਮੈਲੇ ਕੱਪੜੇ ਨਾ ਪਾ। ਬਹੁਤਾ ਟੈਲੀਵਿਯਨ ਨਾ ਦੇਖ। ਅੱਜ ਐਤਵਾਰ ਹੈ, ਇਸ ਲਈ ਛੁੱਟੀ ਹੈ। ਤੁਹਾਡੇ ਬੈਗ ਵਿੱਚ ਕੀ ਹੈ ? ਆਪਣੀ ਭੈਣ ਨਾਲ ਪਿਆਰ ਕਰ। ਤਰਨ ਮੇਰੇ ਨਾਲ ਬੈਠ। ਅਰਜਨ ਨਾਲ ਸੈਰ ਕਰਨ ਜਾ। ਮੇਰੇ ਪੈਰ ਵਿੱਚ ਦਰਦ ਹੈ। ਆਪਣੀ ਐਨਕ ਸਾਫ਼ ਕਰ।

ਬਹੁਤਾ ਟੈਲੀਵਿਯਨ ਨਾ ਦੇਖ।

Hoṛa (o) ਹੋੜਾ (ੋ)

Hoṛa (ੋ) gives 'o' sound as in boat, goat, coat. It is put on top of the letter as in ਕੋਟ.

Panjabi Words	Pronunciation	Meaning in English
ਕੋਟ	Coat	**Coat**
ਮੋਰ	Mor	**Peacock**
ਕੋਲ	Kole	**Near**
ਸ਼ੋਰ	Shor	**Noise**
ਬੋਲੋ	Bolo	**Speak**
ਮੋਟਾ	Motaa	**Fat**
ਘੋੜਾ	Ghoṛaa	**Horse**
ਖੋਤਾ	Ḳhoṭaa	**Donkey**
ਛੋਟਾ	Ḉhhotaa	**Small/Younger**
ਠੋਡੀ	Ṭhodee	**Chin**
ਹੋਟਲ	Hotel	**Hotel**
ਖ਼ਰਗੋਸ਼	Ḳhargosh	**Rabbit**
ਖਾਓ	Ḳhaao	**Eat**
ਪੀਓ	Peeo	**Drink**
ਤੋਤਾ	Ṭoṭaa	**Parrot**
ਪਾਓ	Paao	**Put on**

ਕੋਟ ਪਾਓ। ਬਹੁਤਾ ਨਾ ਬੋਲੋ। ਮੇਰੇ ਕੋਲ ਬੈਠੋ। ਖਾਣਾ ਖਾਓ। ਦੁੱਧ ਪੀਓ। ਝੂਠ ਨਾ ਬੋਲੋ। ਅੱਜ ਕੋਟ ਪਾ ਕੇ ਸਕੂਲ ਜਾਓ, ਸਰਦੀ ਹੈ। ਬਹੁਤਾ ਸ਼ੋਰ ਨਾ ਪਾਓ। ਰਾਮੇਸ਼ ਦਾ ਭਰਾ ਮੋਟਾ ਹੈ। ਸਾਡਾ ਤੋਤਾ ਬੋਲ ਸਕਦਾ ਹੈ। ਘੋੜੇ ਵੱਲ ਦੇਖੋ, ਬਹੁਤ ਤੇਜ਼ ਚੱਲਦਾ ਹੈ। ਬਿਜਲੀ ਦੇ ਹੀਟਰ ਕੋਲ ਨਾ ਬੈਠੋ।

Kanauṛa (au) ਕਨੌੜਾ (ੌ)

Kanauṛa (ੌ) gives the 'au' sound as in taught, fought, caught. It is put on top of the letter as in ਚੌਲ.

Panjabi Words	Pronunciation	Meaning in English
ਸੌ	Sau	Hundred
ਕੌਣ	Kauṇ	Who
ਫ਼ੌਜ	Fauj	Army
ਚੌਲ	Chaul	Rice
ਧੌਣ	Ḍhauṇ	Neck
ਦੌੜ	Ḍauṛ	Race
ਮੌਤ	Mauṭ	Death
ਪੌਦਾ	Pauḍaa	Plant
ਕੌਲੀ	Kaulee	Dish
ਫ਼ੌਜੀ	Faujee	Soldier
ਹੌਲ਼ੀ	Hauḷee	Slowly
ਪੌੜੀ	Pauṛee	Ladder
ਕੌੜੀ	Kauṛee	Bitter
ਪੌਣਾ	Pauṇaa	Three quarter/ ¾
ਸੌਣਾ	Sauṇaa	Sleep
ਚੌਦਾਂ	Chauḍaaṇ	Fourteen
ਸੌਦਾ	Sauḍaa	Business
ਦੌੜਨਾ	Ḍauṛnaa	To run

Panjabi Words	Pronunciation	Meaning in English
ਹਥੌੜਾ	Haṭhauṛaa	Hammer
ਮੌਸਮ	Mausam	Weather
ਚੌੜੀ	Chauṛee	Wide

ਹੌਲੀ ਚੱਲ। ਦੌੜ ਨਾ। ਸੌ ਤੱਕ ਗਿਣ। ਕੌਲੀ ਵਿੱਚ ਦਾਲ ਪਾ। ਦਾਲ ਕੌੜੀ ਹੈ। ਸਕੂਲ ਵਿੱਚ ਰੌਲਾ ਨਾ ਪਾ। ਲੜਾਈ ਵਿੱਚ ਫ਼ੌਜੀ ਦੀ ਮੌਤ ਹੋ ਗਈ। ਪਾਣੀ ਨਾਲ ਪੌਣਾ ਜੱਗ ਭਰ। ਦੇਰ ਹੋ ਗਈ ਹੈ, ਇਸ ਲਈ ਦੌੜ ਕੇ ਚੱਲ। ਕੁਲਦੀਪ ਦੇ ਘਰ ਅੱਜ ਕੌਣ ਆਇਆ ਹੈ ? ਹਥੌੜੇ ਨਾਲ ਮੇਖ ਠੋਕ। ਇਹ ਪੌੜੀ ਘੱਟ ਚੌੜੀ ਹੈ। ਸੌ ਮੀਲ ਸਾਈਕਲ 'ਤੇ ਜਾਣਾ ਔਖਾ ਹੈ।

ਦੇਰ ਹੋ ਗਈ ਹੈ, ਇਸ ਲਈ ਦੌੜ ਕੇ ਚੱਲ।

Tippee (n) ਟਿੱਪੀ (ੰ)

Tippee (ੰ) is a sign which gives the sound of mild 'n' and is put on the top of the letter as in ਅੰਬ. Tippee is used with those words which have mukta, ੀ, ੁ , ੂ symbols.

Panjabi Words	Pronunciation	Meaning in English
ਦੰਦ	Ḍanḍ	Teeth
ਅੰਬ	Amb	Mango
ਖੰਡ	Ḳhand	Sugar
ਧੁੰਦ	Ḍhunḍ	Fog
ਰੰਗ	Rang	Colour
ਕੰਮ	Kam	Work
ਖੰਘ	Ḳhang	Cough
ਸੁੰਘ	Sunḡh	Smell
ਠੰਢ	Ṭhanḍh	Cold
ਚੁੰਜ	Chunj	Beak
ਪਿੰਡ	Pind	Village
ਸਿੰਘ	Singh	Singh
ਕੰਨ	Kann	Ear
ਪੰਜ	Panj	Five
ਨਿੰਬੂ	Nimboo	Lemon
ਚੰਗਾ	Changaa	Good
ਮੁੰਡਾ	Mundaa	Boy

Panjabi Words	Pronunciation	Meaning in English
ਲੰਮਾ	Lamaa	**Long**
ਝੰਡਾ	Ḍhandaa	**Flag**
ਪੰਛੀ	Pançhhee	**Bird**
ਸੁੰਦਰ	Sunḍar	**Beautiful**
ਇੰਜਣ	Injiṇ	**Engine**
ਅੰਗੂਰ	Angoor	**Grapes**
ਪਤੰਗ	Paṭang	**Kite**

ਅੰਬ ਚੂਪ। ਫੁੱਲ ਸੁੰਘ। ਮੇਰੇ ਚਾਚਾ ਜੀ ਦੇ ਮੁੰਡੇ ਦਾ ਨਾਮ ਸੋਹਣ ਸਿੰਘ ਹੈ। ਪੰਛੀ ਦਰੱਖ਼ਤ 'ਤੇ ਬੈਠੇ ਹਨ। ਪੰਛੀ ਉੱਡ ਰਹੇ ਹਨ। ਬੱਕਰੀ ਦੇ ਦੋ ਸਿੰਗ ਹੁੰਦੇ ਹਨ। ਠੰਢ ਵਿੱਚ ਬਾਹਰ ਨਾ ਜਾ। ਕੁਲਬੀਰ ਇੱਕ ਚੰਗੀ ਕੁੜੀ ਹੈ। ਤੋਤਾ ਇੱਕ ਸੁੰਦਰ ਪੰਛੀ ਹੈ। ਧੁੰਦ ਵਿੱਚ ਕਾਰ ਚਲਾਉਣਾ ਮੁਸ਼ਕਿਲ ਹੈ। ਸੁਰਿੰਦਰ ਅਤੇ ਮਹਿੰਦਰ ਪਿਛਲੇ ਹਫ਼ਤੇ ਆਪਣੇ ਪਿੰਡ ਗਏ ਸਨ।

ਪੰਛੀ ਉੱਡ ਰਹੇ ਹਨ।

Bindi ਬਿੰਦੀ (ਂ)

Bindi (ਂ) is a dot (.) sign which is placed on the top of the letter. It also gives the sound of mild ‘n’. It is used with ਾ, ੀ, ੇ, ੈ, ੋ, ੌ, symbols.

Panjabi Words	Pronunciation	Meaning in English
ਗਾਂ	Gaaṇ	Cow
ਮਾਂ	Maaṇ	Mother
ਹਾਂ	Haaṇ	Yes
ਛਾਂ	C̣hhaṇ	Shade
ਕਾਂ	Kaaṇ	Crow
ਆਂਡਾ	Aaṇdaa	Egg
ਸਾਂਗ	Saaṇg	Copy
ਗੇਂਦ	Gainḍ	Ball
ਨੀਂਦ	Neeḍ	Sleep
ਭਾਂਡੇ	Ḅhaaṇḍai	Utencils
ਕੈਂਚੀ	Kaiṇchee	Scissors
ਕਿਉਂ	Kioṇ	Why
ਨਹੀਂ	Naheeṇ	No
ਮੀਂਹ	Meehṇ	Rain
ਲੱਤਾਂ	Laṭṭaaṇ	Legs
ਅੱਖਾਂ	Akḳhaaṇ	Eyes
ਮੇਰੀਆਂ	Meriaaṇ	My

ਕਾਂ ਇੱਕ ਚਲਾਕ ਪੰਛੀ ਹੈ। ਗਾਂ ਦੇ ਚਾਰ ਥਣ ਹੁੰਦੇ ਹਨ। ਮੈਨੂੰ ਨੀਂਦ ਨਹੀਂ ਆਉਂਦੀ। ਗੇਂਦ ਨਾਲ ਖੇਡ। ਆਂਡੇ ਦਾ ਆਮਲੇਟ ਬਣਾ। ਭਾਂਡੇ ਸਾਫ਼ ਕਰ। ਕੈਂਚੀ ਨਾਲ ਧਾਗਾ ਕੱਟ। ਅੱਜ ਕੁਲਵਿੰਦਰ ਸਕੂਲ ਕਿਉਂ ਨਹੀਂ ਆਈ ? ਮੇਰੀਆਂ ਲੱਤਾਂ ਵਿੱਚ ਦਰਦ ਹੈ। ਆਪਣੀਆਂ ਅੱਖਾਂ ਗਰਮ ਪਾਣੀ ਨਾਲ ਸਾਫ਼ ਕਰ। ਅੱਜ ਮੀਂਹ ਪੈਂਦਾ ਹੈ, ਇਸ ਲਈ ਛਤਰੀ ਲੈ ਕੇ ਬਾਹਰ ਜਾ। ਕਿਸੇ ਦੀ ਸਾਂਗ ਨਾ ਲਾ। ਮੈਂ ਹਰ ਐਤਵਾਰ ਆਪਣੇ ਮਾਤਾ-ਪਿਤਾ ਜੀ ਨਾਲ ਗੁਰਦਵਾਰੇ ਜਾਂਦੀ ਹਾਂ।

ਭਾਂਡੇ ਸਾਫ਼ ਕਰ।

Rara (ਰ) in the foot of a letter ਪੈਰੀਂ ਰਾਰਾ (੍ਰ)

When Rara (ਰ) is written (੍ਰ) as a sub-script below another letter, it is called Rara (ਰ) in the foot.

Panjabi Words	Pronunciation	Meaning in English
ਪ੍ਰੇਮ	Prem	Name of a boy/girl, Love
ਪ੍ਰਵੀਨ	Parveen	Name of a boy/girl
ਅਪ੍ਰੈਲ	Aprael	Month of April
ਕ੍ਰਿਸ਼ਨ	Krishan	Name of a boy
ਕ੍ਰੋਧ	Karoḍh	Anger
ਪ੍ਰਾਂਤ	Pranṭ	Province
ਸ੍ਰੀਮਾਨ	Shrimaan	Sir
ਸ੍ਰੀਮਤੀ	Shrimaṭee	Madam
ਇਸਤ੍ਰੀ	Isṭree	Woman/lady/press
ਅੰਗ੍ਰੇਜ਼	Angṛaiz	English person
ਪ੍ਰੀਖਿਆ	Preekhiaa	Examination
ਪ੍ਰੋਗਰਾਮ	Programme	Programme
ਅੰਮ੍ਰਿਤਸਰ	Amriṭsar	City of Amritsar
ਪ੍ਰਚਾਰ	Parchaar	Preach

ਸਭ ਨਾਲ ਪ੍ਰੇਮ ਕਰ। ਕ੍ਰੋਧ ਨਾ ਕਰ। ਪ੍ਰਵੀਨ ਸਾਡੇ ਘਰ ਆਈ। ਸਾਈਮਨ ਇੱਕ ਅੰਗ੍ਰੇਜ਼ ਮੁੰਡਾ ਹੈ। ਕਮਲਜੀਤ ਆਪਣੀ ਪ੍ਰੀਖਿਆ ਵਿੱਚ ਪਾਸ ਹੋ ਗਈ ਹੈ। ਮੇਰੀ ਮਾਤਾ ਜੀ ਦਾ ਨਾਂ ਸ੍ਰੀਮਤੀ ਜਸਦੀਪ ਕੌਰ ਹੈ। ਅੰਮ੍ਰਿਤਸਰ ਇੱਕ ਵੱਡਾ ਸ਼ਹਿਰ ਹੈ। ਅਸੀਂ ਅਪ੍ਰੈਲ ਵਿੱਚ ਵਿਸਾਖੀ ਦਾ ਪ੍ਰੋਗਰਾਮ ਦੇਖਣ ਲਈ ਸ੍ਰੀ ਹਰਿਮੰਦਰ ਸਾਹਿਬ ਗਏ ਸੀ।

Haahaa (ਹ) in the foot of a letter ਪੈਰ ਵਿੱਚ ਹ (੍ਹ)

Haahaa (ਹ) symbol used as a sub-script or (੍ਹ) in the foot as it is called, is not pronounced in Panjabi. Most (but not all) Panjabi words with ਹ in the foot are pronounced with high tone.

Panjabi Words	Pronunciation	Meaning in English
ਪੜ੍ਹ	Paṛh	Read
ਚੜ੍ਹ	Chaṛh	Climb
ਜੜ੍ਹ	Jaṛh	Root
ਹੜ੍ਹ	Haṛh	Flood
ਬੰਨ੍ਹ	Banh	Tie
ਗੱਲ੍ਹ	Galh	Cheek
ਆਲ੍ਹਣਾ	Aalhṇaa	Nest

ਆਪਣੀ ਕਿਤਾਬ ਪੜ੍ਹ । ਦਰੱਖ਼ਤ 'ਤੇ ਨਾ ਚੜ੍ਹ । ਇਸ ਬੂਟੇ ਦੀ ਜੜ੍ਹ ਬਹੁਤ ਲੰਮੀ ਹੈ । ਭਾਰੀ ਮੀਂਹ ਕਾਰਨ ਹੜ੍ਹ ਆ ਗਿਆ । ਪੱਗੜੀ ਬੰਨ੍ਹ । ਆਪਣੀਆਂ ਗੱਲ੍ਹਾਂ ਸਾਫ਼ ਕਰ । ਪੰਛੀ ਆਪਣੇ ਆਲ੍ਹਣੇ ਵਿੱਚ ਹਨ ।

ਆਪਣੀ ਕਿਤਾਬ ਪੜ੍ਹ ।

Colours ਰੰਗ

Panjabi Words	Pronunciation	Meaning in English	Colour
ਚਿੱਟਾ	Chittaa	White	
ਕਾਲ਼ਾ	Kaaḷaa	Black	
ਨੀਲਾ	Neelaa	Blue	
ਗੁਲਾਬੀ	Gulaabee	Pink	
ਹਰਾ	Haraa	Green	
ਭੂਰਾ	Bhooraa	Brown	
ਲਾਲ	Laal	Red	
ਜਾਮਣੀ	Jaamaṇee	Purple	
ਪੀਲ਼ਾ	Peeḷaa	Yellow	

ਮੇਰੀ ਕਮੀਜ਼ ਦਾ ਰੰਗ ਚਿੱਟਾ ਹੈ।

ਮੇਰੀ ਪੈਂਟ ਦਾ ਰੰਗ ਕਾਲ਼ਾ ਹੈ।

ਮੇਰੀ ਟਾਈ ਦਾ ਰੰਗ ਨੀਲਾ ਹੈ।

ਮੇਰੀ ਪੱਗੜੀ ਦਾ ਰੰਗ ਗੁਲਾਬੀ ਹੈ।

ਰੀਆ ਦੀ ਸਲਵਾਰ ਦਾ ਰੰਗ ਹਰਾ ਹੈ।

ਐਂਬਰ ਦੀ ਚੁੰਨੀ ਦਾ ਰੰਗ ਭੂਰਾ ਹੈ।

ਈਵਾ ਦੀ ਕਮੀਜ਼ ਦਾ ਰੰਗ ਲਾਲ ਹੈ।

ਬਲਜੀਤ ਦੀ ਸਾੜ੍ਹੀ ਦਾ ਰੰਗ ਜਾਮਣੀ ਹੈ।

ਮੈਂ ਪੀਲ਼ਾ ਰੰਗ ਪਸੰਦ ਕਰਦਾ ਹਾਂ।

Days of the Week ਹਫ਼ਤੇ ਦੇ ਦਿਨ

Panjabi Words	Pronunciation	Meaning in English
ਸੋਮਵਾਰ	Somvaar	Monday
ਮੰਗਲਵਾਰ	Mangalvaar	Tuesday
ਬੁੱਧਵਾਰ	Buḍhvaar	Wednesday
ਵੀਰਵਾਰ	Veervaar	Thursday
ਸ਼ੁੱਕਰਵਾਰ	Ṣhukkarvaar	Friday
ਸਨਿੱਚਰਵਾਰ	Sanicharvaar	Saturday
ਐਤਵਾਰ	Aetvaar	Sunday

ਅਸੀਂ ਸੋਮਵਾਰ, ਮੰਗਲਵਾਰ, ਬੁੱਧਵਾਰ, ਵੀਰਵਾਰ ਅਤੇ ਸ਼ੁੱਕਰਵਾਰ ਸਕੂਲ ਜਾਂਦੇ ਹਾਂ। ਸਨਿੱਚਰਵਾਰ ਅਤੇ ਐਤਵਾਰ ਛੁੱਟੀ ਹੁੰਦੀ ਹੈ। ਸਨਿੱਚਰਵਾਰ ਨੂੰ ਮੈਂ ਤੇ ਮੇਰਾ ਭਰਾ ਸਕੂਲ ਦਾ ਕੰਮ ਕਰਦੇ ਹਾਂ। ਐਤਵਾਰ ਨੂੰ ਅਸੀਂ ਗੁਰਦਵਾਰੇ ਪੰਜਾਬੀ ਪੜ੍ਹਨ ਲਈ ਜਾਂਦੇ ਹਾਂ। ਗੁਰਦਵਾਰੇ ਅਸੀਂ ਪਾਠ ਅਤੇ ਕੀਰਤਨ ਵੀ ਸੁਣਦੇ ਹਾਂ।

ਸਨਿੱਚਰਵਾਰ ਅਤੇ ਐਤਵਾਰ ਛੁੱਟੀ ਹੁੰਦੀ ਹੈ।

Numbers from 1 to 20 ਇੱਕ ਤੋਂ ਵੀਹ ਤੱਕ ਗਿਣਤੀ

Panjabi Words	Pronunciation	English Digit	Panjabi Digit
ਇੱਕ	Ikk	1	੧
ਦੋ	Ḍo	2	੨
ਤਿੰਨ	Ṭin	3	੩
ਚਾਰ	Chaar	4	੪
ਪੰਜ	Panj	5	੫
ਛੇ	Ç̣hhai	6	੬
ਸੱਤ	Saṭṭ	7	੭
ਅੱਠ	Aṭṭh	8	੮
ਨੌਂ	Nau	9	੯
ਦਸ	Ḍas	10	੧੦
ਗਿਆਰਾਂ	Giaraaṇ	11	੧੧
ਬਾਰਾਂ	Baaraaṇ	12	੧੨
ਤੇਰਾਂ	Ṭairaaṇ	13	੧੩
ਚੌਦਾਂ	Chauḍaaṇ	14	੧੪
ਪੰਦਰਾਂ	Panḍraaṇ	15	੧੫
ਸੋਲਾਂ	Solaaṇ	16	੧੬
ਸਤਾਰਾਂ	Sṭaaraaṇ	17	੧੭
ਅਠਾਰਾਂ	Aṭhaaraaṇ	18	੧੮
ਉੱਨੀ	Unnee	19	੧੯
ਵੀਹ	Veeh	20	੨੦